chan'dra

- -

సంకోచం-లజ్జచేత ఇంట్లోకి వెళ్ళలేకపోయేడు. కాని కొంచెం ధైర్యం తెచ్చుకొని లోపలికి వెళ్ళేడు. రమేశ్ కోట్రసూటు వేసికొని సావిట్లో కూర్చున్నాడు. ఆయన ఆఫీసుకు వెళ్ళేప్రయత్నంలో వున్నాడు. సుధీర్‌ను చూచి విసుక్కున్నాడు. అతని దృష్టిలో సుధీర్ నిరుపేద-పనికిరానివాడు. మనస్సులో అతనిని ఎంతదూషించేడో లెక్కలేదు. "దౌర్భాగ్యుడు సమయానికి తగులబడ్డాడు, ఇప్పుడేరావాలా ఈచవట" అనుకున్నాడు. పైకిమాత్రం ఏం సుధీర్ బాబు! ఈవేళ యిలావచ్చేరేం? అన్నాడు.

"అవునండి మీతోపనుండి వచ్చేను." అన్నాడు వినయమిశ్రితస్వరంతో సుధీర్. ప్రశ్నసూచక దృష్టితో రమేశ్ సుధీర వైపు చూచేడు.

"మీదగ్గరకు ఒకకోటు కావలసి వచ్చేను. రేపు ఉతికించి ఇస్తా" అన్నాడు భయంతో సుధీర్.

"నువ్వు...నాకోటు తీసుకొనివెళ్లడానికి వచ్చేవా? కొంచెం అద్దంలో నీముఖం చూచుకో." అంటూ అసహ్యంగా చూస్తూ ఉగ్రరూపం దాల్చేడు. రమేశ్ సైకిలుమీద ఎక్కి వెళ్లిపోయేడు సుధీర్‌కు తీరని అవమానం కలిగింది. లజ్జాపరితాపాలచే భూమిలోనికి దిగపడిపోతున్నాడు. ఇంతకుముందెన్నడూ అతని ఆత్మసన్మానికి ఇంతదెబ్బ తగులలేదు. కండ్లవెంబడి నీరు గిర్రున తిరిగింది. అక్కడినుండి బయటికి వచ్చేయబోయేడు.

"సుధీర బాబూ..." వెనుకనుండి అత్యంతకోమలస్వరంతో పిలుపు వినవచ్చింది. వెనుకకు తిరిగిచూస్తే రమేశ్ యొక్క అర్ధాంగి పిలుస్తోంది భర్త అనుపస్థితిలో ఈమెనన్ను ఎందుకు పిలుస్తోందా అని అతని హృదయం కంపించింది.

"ఇదిగో మిమ్మల్నే సుధీర్ బాబూ..." అని గృహిణి అంది.

"నాభర్త మీయందు అలా ప్రవర్తించినందుకు నాకు చాల దుఃఖం కలుగుతోంది. అందుకుగాను నేను క్షమార్పణ కోరుకుంటున్నా. మీకు కోటేనా కావాలి? ఒక్కనిమిషం ఉండండి, నేతీసుకొచ్చి ఇస్తా." అంది.

సుధీర్ కు మాట్లాడే అవకాశమీయకుండా ఆమె చరచరా లోపలికివెళ్ళిపోయింది. ఒక కోటొకటి తీసుకొచ్చి సుధీరున కియ్యబోయింది

"మన్నించండి నాకు కోటక్కరలేదు." అంటూ అతను వెళ్ళిపోబోయేడు.

"ఆగండి, తప్పక తీసుకు వెళ్ళాలి 'ఫ్లు' పాపుదురుగాని."

"కాని..."

"కాని గీని ఏమీ అనకండి ఇది నా ప్రార్థన. తీసుకు వెళ్ళండి, లేకపోతే నాకెంతో కష్టంకలుగుతుంది"

సుధీర్ ఎంతవద్దంటున్నా ఆయిల్లాలు వీల్లేదంటూ దానిని అతనిమీద పారవేసి వెళ్ళిపోయింది. తల్లి అతనిచేతిలో ఇంకొకరి కోటుచూచి, అరే! ఎక్కడికి వెళ్ళేవు? ఇంతవరకు ఎక్కడవున్నావు? నీచేతిలో ఆకోటేమిటి? అంది.

"ఒక స్నేహితుణ్ణి అడిగి తెచ్చుకున్నానమ్మా' ఈవేళ సాయంత్రం బారిష్టరుగారు వారింటికి పిలిచేరు. వారి అమ్మాయికి పుట్టినరోజట అందుచేత సాయంత్రం వెళ్ళవలసివచ్చింది తొందరలో ఇంటికి వెళ్ళి దానికి నాదగ్గర కోటేమీ లేదు. రేపు తిరిగి ఇచ్చివేస్తా."

"సరే దీనిని పాడుచేయడ మాత్రం పాడుచేయకు పరాయి వస్తువు. ఎద్దైనా తేడాపాడాలువస్తే తలవంపుల్లోకి దిగాలి"

తల్లి ఏదో అజ్ఞాతఆశంకతో ఈమాటలు అంది.

సుధీర్ నవ్వి వంటింట్లోకి భోజనంచేయడానికి వెళ్ళేడు

2

పెద్దపెద్ద ధనికవ్యక్తుల బంగాళాలమధ్య జానకీశరణార్యా యొక్క దివ్యభవనముంది. ఆయనదగ్గర మోటారు, బండి, ఇంకా ఎన్నోయున్నాయి. పదిమంది నౌకర్లు ఎప్పుడూ ఆయింట్లో పని చేస్తూఉంటారు. చంద్ర ఆయనకుఒక్కతేకూతురు. ఆమె గరల్సు కాలేజిలో సెకండ్ ఇయర్ చదువుతోంది. సాయంకాలం నియమిత సమయానికి సుధీరువచ్చేడు అతిథులు ఎంతోమంది వచ్చేరు. ప్రతివ్యక్తి యథోచితంగా ఆదరింపబడుతున్నాడు.

"హల్లో సుధీర్!" సుధీరుని చూచి బారిష్టరు అన్నాడు. సుధీరుకు బారిష్టరుగారితో కరస్పర్శగావించేటప్పుడు ఎంతో సిగ్గు జనించింది. అతనిని ముఖములు మెట్లమీదనుంచి డ్రాయింగ్ రూం లోకి తీసుకువెడుతూంటే సుధీర్ తనదుమ్ముతో నిండిన కాళ్ళను ఒకసారి చూచుకొన్నాడు. డ్రాయింగ్ రూం శోభచూచి అతను విస్తుపోయేడు. ఆవైభవ ప్రకాశంలో తనహీనావస్థ బాధించ సాగింది. ఆ అనుపమవాతావరణానికి అతను అనర్హుడు. ఎందుకు వచ్చేనా ఈరమణీయ ప్రదేశానికని తన్నుతాను నిందించుకుంటున్నాడు. ఇంకాపూర్తిగా సాయంత్రం కాకపోయినా భవనమంతా విద్యుద్దీపకాంతులచే దేదీప్యమానంగా ఉంది. ఆప్రకాశంలో గోడలమీద రకరకాల రంగులు ప్రసరిస్తున్నాయి ఆగది విచిత్ర తివాసీలతో శోభాయమానంగా ఉంది ఎక్కడచూచినా సోఫాలు, కుర్చీలు, మేజాలే. గోడలమీద ప్రసిద్ధ చిత్రకారుల చిత్రాలు న్నాయి. అందులో సుధీర్ చిత్రించిన చిత్రాలుకూడ ఉన్నాయి. గవాక్షాలకు రంగురంగుల సిల్కు తెరలు కట్టబడి ఉన్నాయి "ఈధనికులు ఇంతపాటి సౌధాలలో నివసిస్తున్నారు మోటారు లలో తిరుగుతున్నారు. వేలకొలదిమంది జనులు చిత్తాం అంటూ చుట్టూ తిరుగుతూఉంటారు. నేనూ ఉన్నా గుడిసెలలో ఉంటున్నా తిండికీ, సుఖానికీ, వేలకొలది కోసుల దూరాన ఉంటున్నా. ఎంత శ్రమ కలుగుతున్నా నడిచియే పోతున్నా." అనుకున్నాడు.

"ఇలా కూర్చోండి సుధీర్ బాబూ!" ఒక సుందరకోచిని చూపుతూ అన్నాడు బారిష్టరు. తరువాత నౌకర్లు టేబిలుమీద ఖాద్యపదార్థాలు తీసికొనివచ్చి ఉంచసాగేరు. పదార్థాలుచూచి ఏమితినడమా, ఏమానడమా, అను ఆలోచనలో పడ్డాడు. ఆఫల హారాలలో చాలా వాటిపేరు అతనికి తెలియనే తెలియదు. విందు ప్రారంభమయింది. సిగ్గుపడుతూనే సుధీరు తినసాగేడు. బారిష్టరు ఇటూ అటూ తిరుగుతూ ఆగంతకులకు అన్నీ అందేటట్టు నౌకర్లకు ఆజ్ఞ ఇస్తూ చూస్తున్నాడు.

"సుధీర్ బాబూ! మీకేం కావాలి?" అని దగ్గరకు వచ్చి అడిగేడు బారిష్టరు.

"ఏమీ అక్కర్లేదండీ చాలు." అని అతికష్టంమీద జవాబిచ్చేడు సుధీర్.

"మొగమాటపడకండి ఇది మీ ఇల్లే అనుకోండి. ఏం కావలిస్తే అది నిస్సంకోచంగా తీసుకోండి."

సేవకులు సుందరమైన గ్లాసులలో టీ పోసి మేజాలమీద ఉంచుతున్నారు. విందయిపోయింది. బారిష్టరు వెండిపళ్ళెంలో తమలపాకులు, చెక్కలు మొదలగునవి ఉంచి అతిథులను ఇస్తున్నాడు. ప్రక్కను ఇంకొకడుండి అందరిపై పన్నీరు జల్లుతున్నాడు.

తరువాత బారిష్టరు సుందరశబ్దజాలంలో వచ్చిన అతిథులకు ధన్యవాదాలర్పించేడు. తన కృతజ్ఞత వెల్లడించేడు. అంతలో తన సౌందర్య సౌరభం విరజిమ్ముతూ "చంద్ర" వచ్చింది. ఆమె అనుపమ సుందరి విద్య ఆమెకు శృంగారానికి మెరుగు పెట్టినట్టయింది. బారిష్టరుగారి ఏకమాత్ర పుత్రికయైనా ఆమె వంటిమీద విశేష ఆడంబరమేమీ లేదు. చంద్ర చతురచిత్రకారుని చిత్రంలా మనోహరంగాను, కుశలశిల్పియొక్క కృతివలె విశుద్ధంగాను, త్రుటిరహితంగాను, సుకవియొక్క కల్పనవలె మనోహరంగాను ఉంది.

తనకుమార్తెను ప్రతివారికి పరిచయం కలుగచేసేడు బారిష్టరు. "చంద్రా! ఇలాచూడు వీరు మిష్టర్ సుధీర్ బి. ఎ. గొప్ప ఆధునిక చిత్రకారుడు. ఈ మధ్య చిత్రించిన "మధురమిలన్" అను చిత్రానికి ప్రథమ పురస్కారం లభించింది" అన్నారు బారిష్టరు. చంద్ర ఇదివిని తృప్తిపడింది. ఆమె శరీరం పులకరించింది. రెప్ప వాల్చకుండా సుధీరుని విలోకించసాగింది. ఆమె హృదయసాగరంలో నానాప్రకార విచారతరంగాలు లేవసాగేయి. గొప్ప పేరు పొందిన చిత్రకారుడు సుధీర్ ఇతనేనా? ఇతనితో పరిచయం కల్పించుకోవాలని ఆశపడ్డదే! ఇతనిని ఒకసారి చూడడానికి ఆమె నేత్రాలు తపించి ఉన్నాయే! చంద్ర చిన్న చిరునవ్వు అతనివైపు

విసరుతూ, మిస్టర్ సుధీర్! మీదర్శనంవల్ల నాకెంతో ఆనందమయింది అంది. సుధీర్ వాణి బంధింపబడింది. తనజీవితంలో యువతితో మాట్లాడడం ఇదే తొలిసారి. అతడా సౌందర్యప్రతిమ చంద్రిను ఒకసారిచూచి తలవంచుకున్నాడు. "మీకు ఫస్టుప్రయిజు వచ్చినందున నాధన్యవాదాలు.' అంది పునః ఆమె కానీ సుధీర్ దీనికీ జవాబు చెప్పలేదు. తన కోటుబటన్లు వేళ్లతో సవరించుకోసాగేడు. మొదటి బహుమానం పొందడం అంత కష్టమనిపించలేదు. ఇప్పుడీతరుణితో మాట్లాడడం ఎంతో కష్టమనిపించింది. తనమానానికి దుఃఖం ఆశ్చర్యమూ కలగసాగింది విందు సమాప్తమయింది. మిస్ చంద్రి ప్రతివారికి అభివందనాలు సమర్పిస్తోంది. బారిష్టరు ప్రతివారిని కరస్పర్శచేసి సాగనంపుతున్నారు, సుధీర్ వంతురాగానే హారం వేసే సమయంరాగానే ఆమె చేతులు కంపించేయి. కంగారులో అతని మెడలో రెండు పూలహారాలు వేసింది చంద్రి.

"బాగుంది చంద్రా! సుధీరుని పూలమాలలతో నింపేస్తున్నావు." అన్నారు బారిష్టరు మందహాసంతో.

"ఈయనకు అందుకు యోగ్యతుంది నాన్నగారూ! చంద్రి హాసవదనయై కడగంటితో సుధీరును చూస్తూ అంది. కాని సుధీర్ మొదట్లా మౌనమూర్తిగానే ఉన్నాడు

"మరల మీదర్శనమెప్పుడు సుధీర్ బాబూ!"

"మీ ఆజ్ఞ ఎప్పుడైతే......" ఎకాఎకీని ఈమాటలు అతని నోటంట వెలువడ్డాయి.

"అయితే నాయిష్టంమీద మీరు ఆధారపడి ఉన్నారన్న మాట" అంది చంద్రి. తను అన్నమాట మూర్ఖత్వం అనిపించింది అతనికి అలా ఎందుకన్నానా అని తన్నుతాను నిందించుకోసాగేడు

"తమరు రేపు ఉదయం 8 గంటలకు రాగలరా?" అంది సరళంగా ఆసునయన. సుధీర్ ఏమీ అనకుండా తలఊపి తన సమ్మతిని వెలుబుచ్చేడు. సుధీర్ వెళ్ళిపోతోంటే, సుధీర్ బాబూ! మరవకండే! రేపు సరిగా 8 గంటలకు..." అన్న చంద్రి మాటలు మరల వినపడ్డాయి.

సుధీర్ ఒకానొక గంభీర ఆహ్లాదంతో బంగాళా విడిచిపెట్టి వెళ్ళిపోయేడు.

3

సుధీర్ యొక్క తండ్రి ఆగ్రా హైకోర్టు జడ్జి. జడ్జీగారికుండ వలసిన మంచిబంగాళా, మోటారు, దాసదాసీలు అన్నీ ఈయన కడకూడ ఉండేవి.

ఆ రోజులలో సుధీర్ కాలేజీలో స్వేచ్ఛగా విహరించెడివాడు. అతని జేబుఖర్చుకు అవసరంకంటె అధికంగా ఇచ్చేవాడు. నిశ్చింతగా కాలం వెళ్ళబుచ్చేవాడు. సుధీర్ యొక్క తండ్రి ఉమాకాంత జాతికి గుజరాతీ బ్రాహ్మణుడయినప్పటికీ ఆధునిక సభ్యతకు అలవాటుపడినవాడు. మటన్, కేక్ అతను ఉపయోగించెడివాడు.

విస్కీ ఉపయోగించెడివాడు. బాహ్యాడంబరం లేక ఏపురుషుడూ ఉన్నతి పొందలేడని అతని ఉద్దేశం. వేశ్యను నాట్యానికి పిలవడం, విస్కీ సేవించడం, తరుచు ఆయన ఇంట జరుగుతూనే ఉండేవి. అల్పాయువులో ఆయన మృతినొందగానే ఆయనదగ్గర లక్షలుండి ఉంటాయని అంతా అనుమానించేరు. కాని ఆయన తరువాత ముప్పదివేలు అప్పు తేలగానే అంతా ముక్కుమీద వేలు వేసుకొన్నారు.

తరువాత బంగాళా అమ్ముడైపోయింది. మోటారుకూడా చౌకగా పోయింది. దాసదాసీలు పరారయిపోయేరు. జడ్జీగారు పరిశ్రమచేసి ప్రోగుచేసిన ఫర్నిచరంతా నీటిధరకు అమ్ముడైపోయింది. విలాససామాగ్రి అంతా మటుమాయమయిపోయింది.

ఉమాకాంత పరివారమంతా ఒక చిన్న పేటలో సాధారణ ఇంట్లో ఉండవలసివచ్చింది. అప్పుడు సుధీర్ సెకండ్ ఇయర్ చదువుతున్నాడు. మొదట మామూలు జీవనం గడపడం కష్టమనిపించింది. కాని అనతికాలంలోనే ఆపరిస్థితికి అనుకూలుడయ్యేడు. తల్లి వస్తువులవల్లను, కొద్ది ట్యూషన్లవల్లను సుధీరు తనచదువు సాగించేడు.

జడ్జీగారికి ఒక సవతిసోదరుడున్నాడు. అతడు అలహాబాద్

బ్యాంకులో హెడ్‌క్లర్కుగా పనిచేస్తున్నాడు. పరిస్థితి చూచి జాలిపడి తీసుకొనివచ్చి తనదగ్గర అట్టేపెట్టుకున్నాడు. అతను బ్రతికున్నంతకాలమూ ఏదోవిధంగా వెళ్ళిపోయింది. కాని అతనూ కళ్ళుమూయగానే మరల అదేకష్టం దాపరించింది. సుధీరుయొక్క పినతండ్రికూడ దమ్మిడీ మిగల్చకుండా మృత్యువాతపడ్డాడు. అతని భార్యదగ్గర కొద్దివస్తువులున్నాయి. దాంతోపాటు అరడజను మంది పిల్లలున్నారు. సుధీర్ బి. ఏ. ప్యాసయ్యేడు. కొంతకాలం ఆభూషణాల సహాయంతో ఉదరపోషణ జరుగుతూ వచ్చింది. సుధీరు ఉద్యోగంకోసం ప్రయత్నించేడు. కాని వెంటనే దొరకడానికి ఉద్యోగాలెక్కడున్నాయి? రెండుమూడు చోట్ల నౌకరీ కుదిరింది. కాని యజమానులతో పడకపోవడంచేత వాటికి స్వస్తి చెప్పవలసివచ్చింది.

సుధీర్ జడ్జియొక్క తనయుడు. ఎవరి అధికారము వహించలేదు. చివరకు ఈచిత్రకళను ఆరాధించేడు. ప్రథమంలో దీనివల్ల ఏమీరాబడి వచ్చేదికాదు. క్రమేణ ఈకళను వృద్ధిచేసినకొలదీ దానివల్ల తగురాబడి రాసాగింది. కుటుంబం గటాగటీగా వెళ్లసాగింది. ప్రథమపురస్కారం రాగానే అతని ఫొటో అన్నిపత్రికలూ ప్రచురించేయి. సంపాదకులు అందరూ అతనినిగురించి సారగర్భిత సంపాదకీయాలు పొగుడుతూ వ్రాసేరు. అతని చిత్రాలకు విలువ ఎక్కువయింది. అలహాబాదులో అందరూ అతనికి పరిచితులయేరు.

* * * *

సుధీరు బారిష్టరుగారి బంగళాకు వచ్చేడు. అప్పుడు చంద్రి డ్రాయింగురూంలో కూర్చొని అతనికోసం ఎదురుచూస్తోంది. నౌకరు సుధీరుని డ్రాయింగురూంకు తీసుకొనివెళ్ళేడు, అతనికి ఆమె నవ్వుతూ స్వాగతం చేసింది. "తమరు సరిగా టయింకు వచ్చేరే?" అంది. తలఎత్తి అతను గోడకు తగిలించిన గడియారంచూచేడు. తొమ్మిదికి 20 నిమిషాలు తక్కువ. కొంచెం సిగ్గుపడ్డాడు. "కొంచెం ఆలస్యమయింది క్షమించండి" అన్నాడు మెల్లగా.

"హాకం పర్వాలేదు దానికోసం విచారించకండి."

చంద్ర టవిలుమీద ఉన్న కాలింగ్ బెల్ నొక్కింది. వెంటనే నౌకరొకడు హాజరయ్యేడు. ఆమె ఏదోసంకేతంచేసింది. అతను వెటనెపోయి పళ్లెంలో పండ్లు, కొన్ని ఫలహారములు తెచ్చి టవిలుపై ఉంచేడు. రెండుగ్లాసులతో తేనీరుకూడ తెచ్చేడు.

"స్వీకరించండి" అంది చంద్ర.

"నేపుచ్చుకునే వచ్చేనండి." సుధీరు సంకోచవశాత్తు అన్నాడు.

"అంచేతనే కాబోలు ఇంత ఆలస్యమయింది." అంది చంద్ర తనవవ్వ ఆపుకుంటూ. సుధీరు మాట్లాడలేదు. అతని కేమీ సమాధానం తట్టలేదు.

"పర్వాలేదు పుచ్చుకోండి." అంది బలవంతభావంతో ఆకోమలి. సుధీరు మారుమాటాడ లేకపోయేడు.

"తమగాదిత్రీంచేసి నాహృదయంలో ఒకవిశేష స్థానమా క్రమించుకొన్నారు." అంది చంద్ర టీగ్లాసును తన లేతపెదవులకు చేరుస్తూ.

"తమరు అకారణంగా నన్ను పశ్రంసిస్తున్నారు- నాలో అట్టి విశేషమేమీలేదు" టీ కొంచెంత్రాగుతూ అన్నాడు సుధీర్

"దానిలో మీకు విశేషం గోచరించకపోవచ్చు. కాని నాకు మాత్రం ఉంది. మీరు గొప్పచిత్రకారులనడానికి సందేహామేమీ లేదు" అంటూ గ్లాసు ఖాళీచేసింది. సుధీర్ దానికి ఏమీఅనలేదు.

చంద్ర తన విశాలనేత్రాల్లో అపారచంచలత నింపుతూ సుధీరుని చూడసాగింది. అతను సిగ్గుపడి కండ్లువాల్చేడు.

హార్మోనియంపై చంద్రయొక్క సుకోమలములగు వేళ్లు సువ్యవస్థిత గతితో ఆడసాగెంు. ఆమె మృదుకంఠంతో గానం చేస్తుంటే సుధీరు తన్మయుడైనాడు. ఆస్వర్గీయసంగీతం సోఫాలో కూర్చొని వినసాగేడు. దానిలో ఒక విధమగు విచిత్రమత్తు ఒక గాఢ రహస్యం, ఒక తియ్యని ఒత్తిడి ఉన్నట్టు అతనికి తోచింది. గానం ఆవగానె, ఓహో తమరు సంగీత కళలో చాలా కృషిచేశ

అన్నాడు. "ఎక్కడ? మీరు ఊరికే అంటున్నారు. ఇంకా నాకు బాగా వాయిద్యమే రాదు" అంది ఆచంద్ర వదన.

"నాదో ప్రార్థన ఉంది సుధీర బాబూ!" చంద్ర ఏదో మరచినది జ్ఞాపకం చేసుకుంటూ అంది.

"ఆజ్ఞాపించండి" అన్నాడతను వినయంగా.

"నే చిత్రకళ నేర్చుకుంటే బాగుంటుందని మా నాన్నగారి కోరిక. కాని ఆవిషయానికి నేనెంతో దూరంగా ఉన్నా. దీనిని నేర్చుకోడానికి మీరు నాకు హెల్పరుగాను, టీచరుగాను ఉండాలి. మీరు అంగీకరించి ట్యూషనుకు......"

"మీరనుకుంటూన్నంత ఈ విషయంలో నేనూ ప్రజ్ఞానిధిని కాను. అయినా మీకు తప్పక తోడ్పడతా." అన్నాడు మధ్యస్థంలో

ఇంతలో బంగాళా ముంగట కారు ఆగిన ధ్వని అయింది "మానాన్న వచ్చినట్టున్నారు" అంది చంద్ర. ఇంతలో బారిష్టరు గారు వచ్చి సుధీరుని చూచి హల్లో సుధీర్ అంటూ కరస్పర్శ చేసేడు

"మిష్టర్ సుధీర్ నాకు చిత్రకళ నేర్పుతానన్నారు. రేపటి నుండి వీరు వస్తారు. దానికి కావలసిన సామాగ్రి అంతా మీరు కొని తేవాలి" అంది చంద్ర హాస్య మిశ్రిత స్వరంతో.

"ఓహో! చాలాసంతోషం. నే అన్నీ పుచ్చుకుంటాను." అంటూ సుధీరుని చూస్తూ మాచంద్రకు చాలా రోజులనుండి నేర్చుకోవాలని ఉంది. యోగ్యశిక్షకుడు లభింపక పోయి ఆకోరిక నెరవేర లేదు. మీరు స్వజనులవంటివారు మీదగ్గర బాగా నేర్చుకుంటుం దని నాఆశ. ట్యూషన్ ఫీ మీరెంతకోరితే అంతా యిస్తాను. అందుకు మీరు అన్యథా యోచించకండి" అన్నాడు.

"ట్యూషన్ ఫీ అసలు నే పుచ్చుకొనేదిలేదు. నేఎవరికోసమైనా ఏదైనా చేయగలిగితే అదే నాసౌభాగ్యం." అన్నాడు సుధీరు వినమ్రభావంతో.

"అయితే ఇకనాకు ఆజ్ఞాపించండి." అన్నాడు సుధీరు గడియారంవైపుచూస్తూ. పదిన్నర కావచ్చింది.

"అన్నట్టు మరచిపోయేను తమరు చిత్రకారులని!" చంద్రి నవ్వుతూ అంది.

"అటువంటిదేమీ లేదు. అయినా..." అంటూ అంటూ ఆగేడు. బాలిష్టరు కరస్పర్శ చేసేడు. చంద్రి నమస్తే అంది.

* * * *

సుధీరు ఇంటికిరాగానే, సుధీర్! రమేశ్ బాబు దగ్గరనుంచి చాలాసార్లు కబుర్లువచ్చేయి. వెళ్ళి, ఒకసారి కనిపించిరా అంది తల్లి.

రమేశబాబు తన్ను ఎందుకు రమ్మన్నాడా అనియోచించ సాగేడు. రమేశబాబు ఇంటికి సుధీర్ వచ్చేడు. అక్కడ గుమ్మందగ్గ రచాలామంది గుమిగూడిఉన్నారు. అందరూ గుసగుసలాడుకుం టున్నారు. అందరి దృష్టి సుధీర్ మీద పడింది. రమేశబాబు సుధీ రుని చూడగనే చిచ్చుబుడ్డిలా లేచేడు. 'ఏదయ్యా ఆకోటు?' అన్నా డు గర్జిస్తూ.

సుధీరు దేనినిగురించి అనుమానించేడో అదే అయిందిప్పుడు. అతను విందునుంచిరాగానే కోటు ఇవ్వలేదు. తనతప్పు తెలుసుకొ న్నాడు. ఆకోటు కనిపించకపోతే భార్యను అడిగి ఉంటాడు.

అతని భార్య తనపేరు చెప్పి ఉంటుంది. ఈ ఆలోచనలో అతను నిర్జీవ ప్రతిమలా నిలబడిపోయేడు. ఏమీ జవాబు చెప్పలేక పోయేడు.

"నే శ్రీమానునే అడుగుతూంట" అన్నాడు రమేశ్.

"మాయింటి దగ్గర ఉందండి" అన్నాడు సుధీరు.

"ఏం. ఇంటిదగ్గరెందుకుంది? అది మీబాబుగారి కోటనుకు న్నావా? వింటున్నారా మీరంతా? నిన్న ఈయన నాదగ్గరకుకోటు అడగడానికి వచ్చేడు. వాటంచూస్తే దరిద్రగొట్టులాఉన్నాడు. కోటు కావాలని వచ్చేడు. నేవీనికి తగుజవాబుచెప్పి ఇంటిదగ్గరనుంచి పొ మ్మన్నాను. కాని ఈయన సాహసం చూడండి. నేలేక పోవడము చూచి మా ఇంట్లో ప్రవేశించి నాభార్యను భయపెట్టి కోటు పట్టుకు పోయేడు"

"రామరామా! యింతనీచత్వమా! ఎవరూ మొగాళ్లు లేనప్పుడు ఇంట్లో ప్రవేశించి ఆడవాళ్లను బెదరించడమా?" అన్నాడు ఒక పండితుడు గాలితో క్రీడిస్తూన్న పొట్ట వేసుకొని పొడుంపీలుస్తూ.

"నాభార్య ఇవ్వనిరాకరిస్తే ఆమె దగ్గరనుంచి జబరదస్తీగా లాక్కోవడం-ఈయన సాహసం చూడండి" అన్నాడు రమేశ్ కిండ్లెరరిచేస్తూ-

"ఈయునను స్టేషనుకు అప్పచెప్పమని నా ఉద్దేశం అనుభవం తెలుస్తుంది ఇటువంటి వాళ్లను కనికరించడం మహా పాపం." అన్నాడు అవచ్చిన వారిలో ఒకడు.

"ఇటువంటి నీచులు ఈపేటలో ఉండకూడదు. ఈయునిని పెద్ద మనిషి అనుకున్నాం. బీదవాడు. ఈయునలో ఇంత కుళ్లుందని ఎవరికి తెలుసు?" అన్నాడు ఒక ఖద్దరు వస్త్రధారి.

సుధీర్ శిలాప్రతిమలా నిలబడ్డాడు. ఆశ్చర్యంతో కింకర్తవ్యమని విమూఢుడైయున్నాడు అవమాన మూర్తి అయిపోయేడు.

"ఏమయ్యా' మాట్లాడవేం?" అన్నాడు రమేశ్ అతనిని పట్టుకొని ఊపుతూ.

"నే మీఇంట్లోవారిని కోటు అడగనూలేదు, దొంగతనంగా ప్రవేశించనూలేదు" అన్నాడు సుధీర్.

"పచ్చి అబద్ధం. నీచుడంటోను దొంగతనంచేసి ఇంకా మొగం మొత్తడమా? పోనీ నువ్వు కోటు ఎక్కడనుంచి తెచ్చేవో చెప్పు." క్రోధంవెలిగ్రక్కుతో రమేశ్ అన్నాడు.

"తమ భార్య స్వయంగా పిలిచి ఇచ్చేరు."

"జోడుదెబ్బలు తింటావు ఇప్పుడు.'' రమేశ్ కాలిజోడు తీస్తూ అన్నాడు.

"పోనిద్దురూఅయిందేదో అయిపోయింది.''అన్నాడు ఎవడో

"పోనివ్వడమేమిటి? ఇదిఆడవాళ్లగౌరవపరీక్ష. మామోలు విషయం కనకనా? మాట్లాడక పోలీసుకు హేండోవర్ చెయ్యండి.'' దగ్గర నిలబడ్డ ఒక పండితమహాశయుడన్నాడు.

సుధీర్ ఇదివరకెన్నడూ ఇంతటి అవమానం భరించలేదు. ఇదే మొదటిసారి. వెక్కి-వెక్కి విలపించసాగేడు అతడు దీనభావంతో, "రమేశ్‌బాబూ! మన్నించండి. ఇక ఇటువంటిది ఎప్పుడూ రాదు" అన్నాడు.

రమేశ్ కొంత శాంతించి, "వెళ్ళు క్షమించేనునిన్ను. ఇక ఎప్పుడూ పొరపాటునకూడ ఇటువంటి పనిచెయ్యకు" అన్నాడు.

అందరూ ఎక్కడివారు అక్కడికి వెళ్ళిపోయేరు. సుధీర్ ఇంటికి వచ్చి మంచంమీద పడుకొని ఏడ్వసాగేడు. 'ఎందుకురమ్మంట?' అని తల్లి అడిగింది. సుధీరు ఏమీమాట్లాడకపోతే తల్లివెళ్లిపోయింది.

ఆవేళ అతను భోజనం చెయ్యలేదు. సాయంత్రం కోటు పంపివేసేడు.

4

చిత్రశాలలో అతని చిత్రం చూచినప్పటి నుండి చంద్ర సుధీరుని మోహించి ఉంది. ఇప్పుడతని విద్వత్తు, యోగ్యత, మర్యాద సరిహద్దులలో సంభాషించడం చూచి ఆమె మక్కువ మరింత అధికమయింది. అన్య యువకులలోవలె ఇతనిలో తొందరపాటు లేదు. అతని సంభాషణ, పరిహాసమూ, మర్యాద హద్దులు దాటేవి కావు. చంద్రయొక్క హృదయం మీద అతని సౌజన్యతా ముద్ర అంకితమయి ఉంది. ఇక నిశ్చయంచేసుకొంది. ఆ నిశ్చయం ఏమిటో ఆ సర్వేశ్వరునికే తెలియాలి. ఏమయినా అతని అనుపగుణాలకూ ఆమె ముగ్ధురాలై ఉంది. అతని అనుపస్థితి ఆమెను కలత పెట్ట సాగింది

మరునాడు సరిగా సమయానికి సుధీరు చంద్ర ఇంటికి వచ్చేడు. చంద్రి అతనికోసమే ప్రతీక్షిస్తోంది. ఆనాడుకూడ ఫలహారం అయింది. పిమ్మట ఆమె చిత్రాలువేయడం నేర్వసాగింది. ఆమెకు బొమ్మలువేయడానికి తేలికమార్గంచెప్పేడు. కొలదిరోజులలోనే ఆమె మామూలుచిత్రాలు వేయగలగడం నేర్చింది. తాను ఇంతత్వరితంగా పొందిన సఫలతకు ఆమెకే అబ్బురంకలిగింది.

క్రమేణా ఆమె చిత్రకళలో ప్రవీణతగడించింది. ఆమె బి. ఏ. కూడ ప్యాసయింది. ఒకరోజున శాస్త్రులుగారు ఈ జూన్ నెలలో చంద్రికు వివాహమనీ ఇప్పటినుంచీ ఏర్పాటులు జరుగుతున్నాయనిచెప్పేరు. అదివినగానే తనమనోభావం దాచలేనంత చంచలగతిపొందేడు. చంద్రికు తనకు సంబంధం కుదురుతుందని అతడు కలలోకూడ అనుకోలేదు. ఇదివరకు ఈఊహే లేదు. ఆమెకు తనకు భూమ్యాకాశాల అంతరముందని ఇదివరకనుకొన్నాడు అందువల్ల ఇటువంటి అసంభవమగుకల్పనలుచేయలేదు. కాని ఇప్పుడతనికి చంద్రహృదయశశి. ఈసమాచారం వినగానే అతనికి ఎంతో ఆవేదనకలిగింది.

ఒకనాడు సుధీరు డ్రాయింగురూంకువచ్చేను అక్కడచంద్రి లేదు. ఆల్బంతీసి దానిని తిరుగవేయసాగేడు దానిలో చంద్రి వేసిన చిత్రాలున్నాయి. అందు సుధీర్ వ్రాసిన “మధురమిలన్” అను చిత్రంకూడాఉంది. సుధీరు ఆమెకు అడగ్గా అడగగా ఒకకాపీయిచ్చేడు. దానిలో అత్యంతమనోహరగు చంద్రియొక్క చిత్రంకూడా ఉంది రెప్పవాల్చకుండా అతడు దానినిచూడసాగేడు. ఇంతలో అతనికేదోజ్ఞాపకంవచ్చింది అతనికండ్లవెంబడి రెండుబిందువులు రాలేయి. వెంటనే రుమాలుతీసి చిత్రంమీదపడిన ఆకన్నీరు తుడువసాగేడు సహసా చీరచప్పుడయినట్లయితే వెనుకకుతిరిగిచూస్తే చంద్రినిలబడిఉంది. ఆమె నేత్రాలు సజలమయ్యేయి సుధీరు ఆమెనుచూచి వ్యాకులపడ్డాడు. ఆల్బంమూసివేసేడు. చాలాసేపటివరకు యిద్దరిలోనూ ఎవరూ మాట్లాడలేదు. “క్షమించండి. ఈవేళ కొంచెము విలంబముయింది” అందామె. అతను చిత్రకళనుగురించి ఆమెకు ఏమేమోచెప్పసాగేడు. ఈవేళ యిద్దరూ చంచలస్థితిలోనే ఉన్నారు. తూలికతీయగానే ఆమెచేయి వణకసాగింది. ఒకచోట బొమ్మ ఆమె పాడుచేస్తే అతను ఆమెచేయిపట్టుకొని తూలికతో దానిని సవరించేడు. కరస్పర్శకాగానే ఇద్దరి శరీరాలలో ఏదోనూతనశక్తి ప్రవహించసాగింది. తూలిక దూరంగా పడిపోయింది. చేతులు అలాగేఉండిపోయేయి వెంటనే చంద్రి తనచేయి విడిపిం

చూసింది. 'చాలండీ ఈవేళకు చాలాటయిమయిపోయింది' అంది.

సుధీరు చంద్రికడ శలవుతీసుకొని ఇంటికివచ్చేడు. ఇంటికి రాగానే భోజనంచేసేవాడురోజూ, కాని ఈవేళ అన్నమంటేఅతనికి అరుచి బయలుదేరింది ఏమీతినలేకపోయేడు. "సుధీర్! ఏమిరా! నువ్వు రోజురోజూ నీరసించిపోతున్నావు ఇదివరకటి ఆసంతోషం ఆ ఆనందం ఎక్కడా కనుపించడంలేదు. తిండికూడా తినడం రోజురోజుకూ తగ్గిపోతోంది" అంది తల్లి దుఃఖంవెలిబుచ్చుతో.

"అదేమిటమ్మా అలాఅంటావు. నాకేం పిడుగులాఉన్నా. కొంచెం తలనొప్పిగాఉంది. అందుచేత తినలేకపోయేను. నీకు అనవసర అనుమానం" అని నచ్చచెప్పేడు తల్లికి

తన హృదయం చంద్రను ఎంతగా ప్రేమిస్తోందో ఇప్పుడతనికి అవగాహనమయింది. చంద్రను పొందాలనే లాలసతీవ్రరూపందాలుస్తోంది. ఈకోరిక అతని మనస్సు ఎప్పుడు ప్రవేశించిందో అతనేసరిగా చెప్పలేడు. ఈభావనలు తనహృదయంలోనికి ఎప్పుడు ప్రవేశించేయో అతని మనస్సు స్థిరపర్చలేకపోతోంది. నేనిజంగా చంద్రను ప్రేమిస్తున్న పక్షంలో ఇంతవరకు ఆమెతో ఎందుకు చెప్పలేకపోయేనని యోచించసాగేడు.

ఈఆలోచనలో తాను లీనుడై ఏదీ నిశ్చయం చేసుకోలేకపోతున్నాడు. ఈచిక్కు విడదీయడానికి ప్రయత్నిస్తున్నకొలదీ మరింత చిక్కుపడుతోంది చివరికి ఆవిషయం అలానే వదలివేసేడు.

* * * *

కొన్ని మాసాలు ఈవిధంగా గడచిపోయేయి. సుధీరు చంద్ర ఇంటికి వెళ్లడం చాలామట్టుకు తగ్గించుకొన్నాడు. అజ్ఞానం, పొరపాటువల్ల ఏదైనా అపరాధం చేస్తానేమో యన్న భయం అతనికి. ఈలోపున దేహారాదూన్‌నుంచి సుధీరుయొక్క మేనమామ వచ్చేడు. అతను సుధీరుకుపెండ్లి కుదుర్చేడు. ఇక్కడ అందరితోను మాట్లాడడానికి వచ్చేడు. పిల్ల యోగ్యురాలు అందమయింది. విద్యావతి అని నొక్కిచెప్పేడు. పిల్లను తాను వేరుగా చూచేనన్నాడు. ఆమేనమామ దేహారాదూన్‌లో ఒకపెద్దమిల్లులో

గుమాస్తా. అతనికికూడా పెద్దకుటుంబమే. ఆర్థికపరిస్థితి సాధారణ కోటిలో లెక్కింపదగినది. అయినా అప్పుడప్పుడు అతడు సుధీరుకు సహాయం చేస్తూఉండేవాడు. సుధీరుయొక్క తల్లి ఈసమాచారం విని ఆనందం పట్టలేకపోయింది ఇంట్లో అందరికీ సమ్మతమయింది. ఇక సుధీరుని అడగాలి. అతడీసంబంధం అంగీకరించడని ఎవరికీ నమ్మిక లేదు. కాని ఈసంబధం ఒప్పుకోకపోవడమే గాకుండ ముందు ఎప్పుడూ వివాహమాడనని చెప్పగానే ఇంటిల్లిపాదికీ ఆశ్చర్యం కలిగింది. మేనమామ ఎంతో నచ్చచెప్పేడు. ఆ అమ్మాయి గుణగణాలు గురించి ఎంతో పొగడేడు. కాని అతను చెక్కుచెదరలేదు. తల్లికూడా ఎంతో బ్రతిమాలింది. ఏడ్చింది కాని సుధీరు చలించలేదు. ఇంక అక్కడనుంచి తల్లినిరాహారదీక్ష పూనిందిరోజంతా తిండి తిప్పలుమాని పడి ఉండేది. చనిపోయిన పతిని తలుచుకొని ఏడ్చేది.

సుధీరు ఒకవారంవరకు రణక్షేత్రంలో వీరునిలా నిలబడ్డాడు. కాని తల్లి భయంకరస్థితి చూచేసరికి అతని ధైర్యం పటాపంచలై పోయింది. తల్లి ప్రాణంకోసం అనిచ్ఛాపూర్వకంగా వివాహానికి అంగీకరించేడు అందరిముఖాలమీద ఆనందరేఖలు విరాజిల్లేయి. మేనమామ ఆనందించేడు. నే ఏర్పాటంతాచేసి మిమ్మల్ని తీసుకొని వెళ్లడానికి వస్తానని అతనుచెప్పివెళ్లిపోయేడు. తరువాత ఒకవారానికి చంద్రి వివాహానికిరమ్మని ఆహ్వానపత్రికవచ్చింది సుధీర్కు. దీనితో అతని వ్యథాగ్ని మరింతహెచ్చింది. అతనికి పిచ్చి ఎత్తినట్టయింది. తూలిక పడి ఎండిపోయింది బయటనుండి వచ్చిన ఆర్డర్లన్నీ ఎక్కడివక్కడ పడిఉన్నాయి. పెళ్లికాగానే విచారమంతా పోయి ఊరుకొంటుందని యోచించింది తల్లి. అతను తన గది వదలిఎక్కడికీవెళ్లడంలేదు. వచ్చిన మిత్రులు తిరిగిపోతున్నారు.

కొద్దిరోజులయిన తరువాత మేనమామవచ్చి వీరందరినీ డేహారాడూన్ తీసుకొనివెళ్లేడు.

5

డేహారాడూన్ చేరగానే అక్కడ హైకోర్టు జడ్జి గణేశం

కరణ్యూ రొయొక్క కుమార్తెనిచ్చి తనకు వివాహం కాబోతుందని తెలిసినప్పటికీ అతనికి ఆనందము కలగలేదు. అతని విచారం క్రమశహః ఎక్కువ కాదొడగింది. సుధీరు మామ వివాహానికి బ్రహ్మాండమయిన ఏర్పాటుచేసేడు ఇంతడబ్బు అతనికి ఎక్కడనుండి వచ్చిందో తెలియదు. రాత్రింబగళ్లు ఇంగ్లీషుబ్యాండు అతని చెవులు బ్రద్దలుచేస్తోంది ఎంతో బాణాసంచావచ్చింది. చాలామంది బంధుగులు వచ్చేరు సుధీరుకు పెండ్లికొడుకయేరోజువచ్చింది. పల్లకీఎక్కి జడ్జీగారింటికి వెళ్లేరు చాలాడాబుసరిగా ఖర్చుచేయబడుతోంది సుధీరు తనపక్కను నిండు ముసుగులో ఉన్న ఒక యువతినిచూచేడు. ఆధునిక పద్ధతులలోఉన్న జడ్జీ ఇటువంటిపాతపద్ధతులలో వివాహం ఎందుకుచేస్తున్నాడో అతనికి తెలియలేదు అతనికి వివాహమండపములోంచి పారిపోవాలని బుద్ధిపుట్టింది. కాని వివశుడు. సప్తపదిఅయింది.

* * * * *

ఆరాత్రి- సౌభాగ్యరాత్రి- మనసుధీరుకు కాలరాత్రిలా ఉంది తన మహత్వకాంక్షలను చాపుకొని తల్లిప్రేరణచేత అతను పరిణయమాడేడు. చంద్రి జ్ఞాపకంవచ్చింది. ఆమె ఇప్పుడెక్కడుందో? ఈవేళ 20వ జూన్ ఇదేముహూర్తం ఈవేళ ఆమెకు కూడా వివాహమయి ఉంటుంది. ఆమెకూ నేడు సౌభాగ్యరాత్రే. కాని నాకిది కాలరాత్రి ఈఆలోచనలతో అతను గదిలోనికి ప్రవేశించేడు. అక్కడ చక్కని సుకోమల శయ్య పడిఉంది. అది స్ప్రింగుమంచం దానిమీద మఖమలు పరుపు. గదిలో రంగు రంగుల ఎలక్ట్రిక్ బల్బులు వెలుగుతున్నాయి. లవండరు యొక్క సువాసన వీస్తోంది. సుధీరు రాగానే వధువు మంచం మీదనుంచి లేచి ఒక వైపు నిలబడి ఉంది ఆమె ముఖం నిండా పెద్ద ముసుగు ఉంది. అతనికి అసహ్యం బయలుదేరింది. సుధీరు అన్యమనస్కుడై ఆగదిలో పచారుచేయసాగేడు. అతని హృదయం అశాంతంగా ఉంది. "నేనెంత తప్పిదంచేసేను? ఈఅమాయకురాలి జీవితం అనవసరంగా పాడుచేసేను."

అని అనుకుంటూ ఆమె ముఖం మీదఉన్న ముసుగు తొలగించేడు. ఆమె ముఖం చూచి అతను త్రుళ్ళిపడ్డాడు.

"చంద్రా! నువ్వు... ఇక్కడా?" అన్నాడు కంగారుగా భయం, ఆశంకతో ఏదో పాపం చేసినట్టు పైమాటలన్నాడు. చంద్ర పక్కున నవ్వింది.

"అవును సుధీర్! నేనే మీశిష్యురాలిని. ఈచంద్ర ఇప్పుడు నీధర్మపత్ని." అంది నవ్వుతూ.

అతను తన కళ్లను తానునమ్మలేకపోయేడు తనకు చెముడేమోఅన్న అనుమానం కలిగింది!

"కంగారుపడ్డారేమండీ!" అంది ఆమె సుధీరు చెయ్యిపట్టుకుంటూ.

"చంద్రా..."

"సు...ధీ...ర్"

"ఏమిటిదంతా? నేస్వప్నంలో ఉన్నానా లేక జాగ్రదవస్థలో ఉన్నానా?"

"ఓహో! ఈపరి తెలిసింది. మీరుజాగృతిలోనే ఉన్నారు. ఇంక వింతేముంది?"

"దీనిలో ఆశ్చర్యమేముందని అంటున్నావానువ్వు! నువ్వు ఇక్కడకు ఎలా వచ్చేవో ముందుచెప్పు. ఈవేళే నీకూ..."సుధీరు ఇంకా ఆశ్చర్యంగా అన్నాడు.

"ఇది వివాహం కాకపోతే మరేమిటి?" అందినవ్వుతూ.

"నువ్వు ఇంకొకరిని వివాహామాడదలచేవు. నీకూనాకు పెండ్లిమాటలేనా కాలేదు. ఏమిటీ రహస్యం?" అని గుక్క తిరుగకుండా అనేసేను.

"ఏమీలేదు. నాకు చిత్రకళ అంటే ఆదినుంచీ ఇష్టం. మీకు ఫస్టుప్రయిజు వచ్చినప్పటినుండీ నామనస్సు మీమీదకు ఆకృష్టమయింది. ఇవన్నీ మానాన్నగారితో చెప్పేను. మాఅమ్మ చనిపోయినతరువాత నాజనకుడే నాకు సర్వస్వం. అతనికి నాయందు ఎంత వాత్సల్యమో మీరు కనిపెట్టే ఉంటారు. సుధీరుకు ఇష్ట

PRINTERS
Koh-i-noor Press,
PEDDAPURAM.

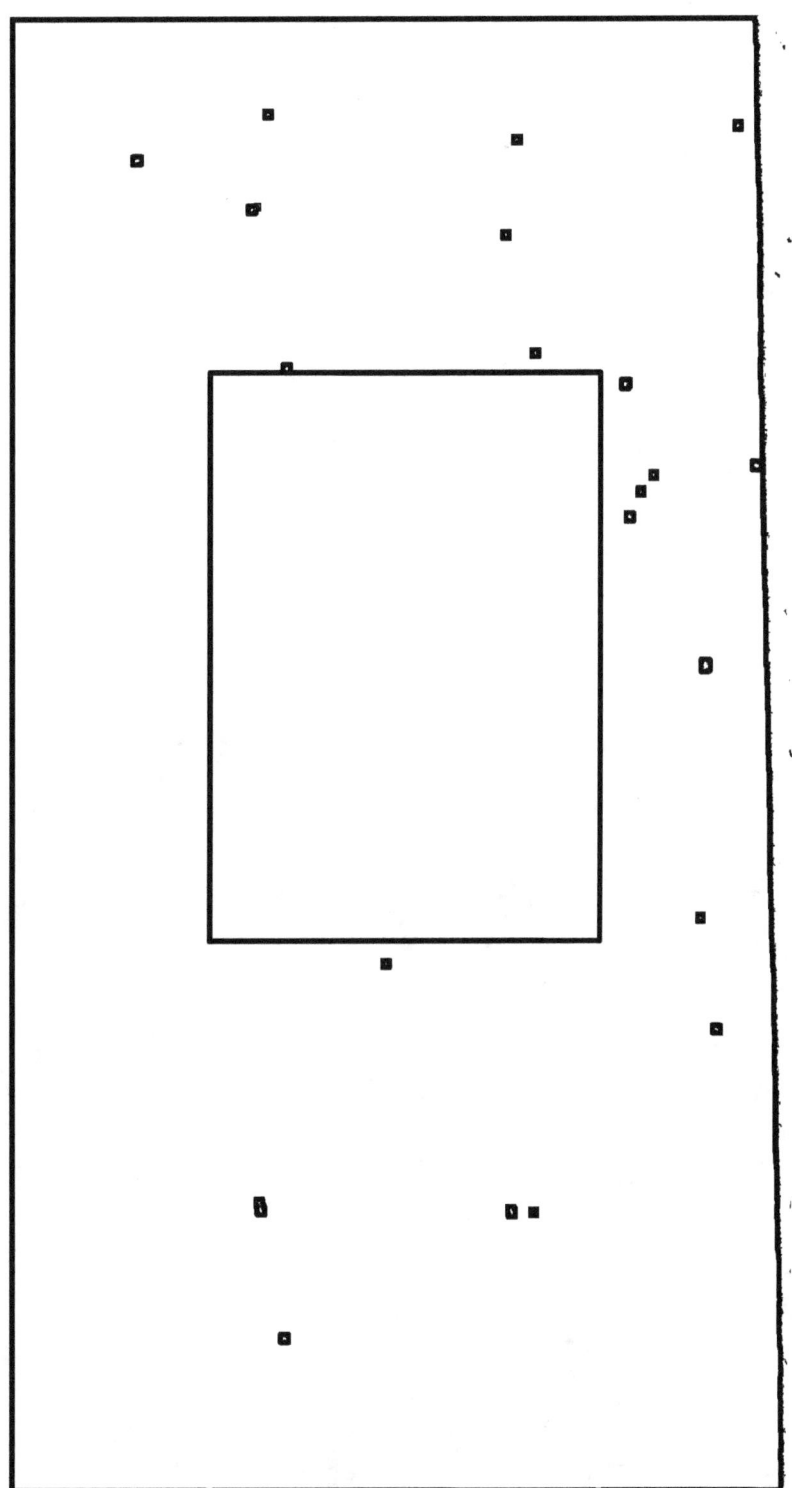

వరరుచి

12 ౭ 7

బాలపోషక గ్రంథమండలి ౧౧

వరరుచి

సత్యనారాయణ చౌదరి

Approved for School use Vide consolidated list of Text Books dated 6 5 57.

సర్వస్వామ్యసంకలితము

వెల ఆఱణాలు

వరరుచి

ఉభయభాషాప్రవీణ
కొత్త సత్యనారాయణ చౌదరి

తొలికూర్పు : ౧౦౦౦; ౩౦-౧౧-౧౯౩౬
ధాత-కార్తీకము-బ. ద్వితీయ

భాషాపోషక గ్రంథమండలి

అమృతలూరు, సంపాదకుఁడు,

గుంటూరుమండలము. సత్యనారాయణచౌదరి.

ఆంధ్రభాషాపోషకు నసియగు బలువు నాకాంక్షించి యీ గ్రంథమండలిని వెడలించితిమి. శతన్మాలముగ, అతివిశాలమగు సంస్కృతవాఙ్మయముపైని పాశ్చాత్య పండితులు వెలయించిన విమర్శనములను ప్రదర్శింతుము. స్మృతులు పురాణములు లోనగు వానిలో విశిష్టము లగువానిని ఆంధ్రుల కవగాహ మగునటులు తేట తెలుఁగున వివరింతుము. సరసము లగు సంస్కృతాంగ్లగ్రంథములను ఆంధ్రబాలుర కుపయుక్త మగు వానిని బయలుపఱతుము. బాలికాబాలకులకు సాహ్యాపడు పద్యగద్యకావ్యములను బ్రకటింతుము.

ఆంధ్రలోకపు టాదరాభిమానములను అర్థించుచుంటిమని మనవి.

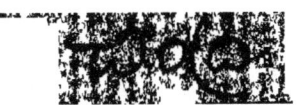

12876